Compilation Of Flash Fictions Book One

Larkenechii

Ukiyoto Publishing

All global publishing rights are held by

Ukiyoto Publishing

Published in 2023

Content Copyright © Larkenechii

ISBN 9789359206882

All rights reserved.
No part of this publication may be reproduced, transmitted, or stored in a retrieval system, in any form by any means, electronic, mechanical, photocopying, recording or otherwise, without the prior permission of the publisher.

The moral rights of the author have been asserted.

This is a work of fiction. Names, characters, businesses, places, events, locales, and incidents are either the products of the author's imagination or used in a fictitious manner. Any resemblance to actual persons, living or dead, or actual events is purely coincidental.

This book is sold subject to the condition that it shall not by way of trade or otherwise, be lent, resold, hired out or otherwise circulated, without the publisher's prior consent, in any form of binding or cover other than that in which it is published.

www.ukiyoto.com

Dedication

Nagpapasalamat unang una sa panginoon dahil sa pagbigay mo Sa akin ng talento Ng pag susulat.Pangalawa Sa family and friends ko at sa Kenechies ko thanks .To my girlfriend Claire Maslog thanks for giving me an inspiration I love you always .

Acknowledgement

Tapos Puso akong nagpapasalamat unang una sa Ukiyoto publishing house this is my third book sa publishing house ninyo salamat talaga ng marami .

Contents

Harold	1
Adam and Ben	3
Aidan	5
Samantha	13
Akari Johnson	14
Conner	17
Eli	23
Alberto	25
Victim of Bully	28
Friendship of a Gangster	30
Broken Flower	33
Friendship of Jessa and Alicia	34
Family Cruz.	35
Beauty Survival Part One	41
Two Different You	49
About the Author	53

Harold

Blurb :

Harold is a Smart and Handsome boy .He want to be an Teacher someday.

Masaya si Harold na naglalakad mag isa habang iniisip niya kong paano miya sasagutan ang kanyang Quiz. Lunes ngayon nakasimangot si Harold dahil di nga siya nakapag review kahapon dahil mas inuuna pa niyang gumala kaysa mag review ng mga notes niya iniisip nito na baka nga mabagsak siya dahil sa wala siyang review . May Isang kaklase niya na lumapit sa kanya at tinanong ito na .

"Oh Harold ba't ka nakasimangot ." Tanong ng kaklase ni Harold .

Di makasagot si Harold dahil di niya alam kong anong gagawin niya . Ngumiti lang ito at patuloy sa paglalakad. Martes na nga at announcement na para sa mga honors di niya alam kong matutuwa ba ito o maging malungkot.

Miyerkules na nga hindi pa din makalimutan ni Harold na naging honors ito siguro marami itong naisagot noong exam ngayon lang kasi ito naging lutang dahil sa dami ng kanyang gagawin na mga task . May isang task ito na sa huwebes na ang pasahan patuloy pa din niyang ginagawa ang mga task niya habang nakaupo napaisipan niya na sana maaga niya iyon ginawa para ngayon mag relax na lang ito pero di kinaya eh sa sobrang dami ng kanilang mga activities at task.

Kumunot ang noo ni Harold dahil sumapit na naman ang Biyernes at yon still pending pa din mga gawain niya at naging masaya naman siya sa pagsapit ng Sabado at Linggo .

Adam and Ben

Blurb :

Si Adam at si Ben ay mga kaibigan dahil sila ay maliliit na lalaki. Lumaki sila nang sama-sama, at magkasama, at nagpunta sa paaralan.

Habang lumalaki sila, kinuha sila ng buhay sa iba't ibang direksyon, ngunit ang kanilang pagkakaibigan ay nanatiling malakas. Sila ay nakipag-usap pa rin sa telepono bawat linggo at susubukan na magkasama kapag magagawa nila. Isang araw, nakuha ni Adan ang ilang masamang balita. Siya ay nasuri na may malubhang karamdaman at kailangan upang simulan ang paggamot kaagad. Si Ben ay hindi nag-alinlangan sa isang segundo. Kinuha niya ang oras mula sa trabaho at nagdulot ng ilang oras upang maging sa tabi ni Adan. Pumunta siya sa kanya sa appointment ng bawat doktor, niluto siya ng malusog na pagkain, at tinitiyak na komportable siya. Sa panahon ng kanilang oras magkasama, ipaalala ni Ben si Adan ng lahat ng magagandang panahon na ibinahagi nila sa mga nakaraang taon. Tinulungan niya siyang makahanap ng pag-asa at lakas kapag kailangan niya ito. Salamat sa suporta ni Ben, si Adan ay gumawa ng ganap na paggaling. Ang kanilang mga bono ay naging mas malakas, at alam nila na ang kanilang pagkakaibigan ay magtatagal ng isang buhay. Makalipas ang ilang taon, nang sila ay parehong matatandang lalaki, pinag-usapan pa rin nila ang mahirap na oras sa kanilang buhay. Lagi nilang alam na maaari nilang mabilang sa isa't isa, kahit na ano.

Aidan

Blurb :

Aidan Carbonell Constantino is a boy who want to be an police someday pero bago niya matupad lahat ng mga pangarap niya marami siyang mga pagsubok.

Naglalakad sina Jelai at Anne , Monica papunta sa bulletin board last term na kasi ng kanilang pagiging police kinakailangan nilang tingnan kong nakapasa ba Sila or Wala .

Bess, sana makapasa tayo no at sana din masama tayo sa summa o di kaya magna or Cum laude "

At Ilang sandali pa ay nakarating na ito.

Ranking

1. Jelai Dominggo Cum laude

2. Rina Williams Cum Laude

3. Arnold Miller Cum Laude

4 Leonna Wilson Cum Laude

5 Vivian Smith Cum Laude

6 Renzo Davis

7 Joseph Brown

8 Jeydi Johnson

9 Leslie Anderson

10 Ryle Rodriguez

" Congrats Bess and good luck .",

Nagtapos si Monica ng kursong police samantalang si Ramon ay Police din .

At makalipas ang tatlong taon naging magkasintahan si Monica at Ramon . Si Monica ay may limang kapatid Sina Therese, Anjelique, Carlos, Myrtle ,Deib at meron din itong Kaibigan na sina Jelai at Anne na naging magkasintahan Sina Jelai at Alfred , Anne and Jacob nagkaroon din Sila ng anak na sina Sandara at Sean. Habang si Jelai at Alfred Naman ay Sina Albert and Joanna.

Si Ramon Naman ay may apat na kapatid na sina Ferdinand, Anthony, Achilles, Jayson si Ferdinand ay naging magkasintahan Sila ni Therese at may anak ito na Sina Renzo at Ryle si Anthony at Anjelique nagkaroon din ito na Sina Jade and Lorenzo habang si Achilles at Myrtle ay meron ding anak na Sina Jane, Renz, Lea . Si Jayson at Deib ay may adopted na Sina Justine at Maureen .

Naging masaya at mapayapa ang kanilang pamumuhay ng biglang dumating sina Aidan, Ethan, Brent, Frank, Geoff, Carlo,Hance Sila ay seventwins ni Monica at Ramon .

Makalipas ang dalawang taon

Grade six student na Ang piyong magkakapatid .

Makalipas ang anim taon

First term Award

1 Heaven Reyes
2. Carlo Constantino
3.5 Frank Constantino
3.5 Charmelle Stewart
4 Ethan Constantino
5 Rowie Rivera
6 Roi Constantino
7 Reymund Campbell
8 Brent Constantino
9 Teffany Hernandez
10 Lestia Jones
11 Geoff Constantino
12 Aidan Constantino
13 Hance Constantino
14 Albert Cabrera

2nd term

Geoff

Brent

Carlo

Frank

Rowie

Heaven

Ethan

Roi

Lestia

Teffany

Albert

Aidan

Reymond

Charmelle

Hance

Final

Carlo

Heaven

Frank

Brent

Geoff

Rowie

Ethan

Roi

Lestia

Teffany

Albert

Aidan

Reymund

Charmelle

Hance

" Congrats Carlo magiging future engineer ka na niyan ." Sabi ni Monica ...

Aidan P O V

'Yan na naman tayo sa pagiging paboritong anak nila na si Carlo kambal kaming pito pero bakit di kami magkapareho ng Utak at kakayahan ingit na inggit ako sa anim Kong kambal iwan ko kong bakit like parang Wala akong mararating sa buhay samantalang Sila sobrang talino .

Isa isahin ko nga Pala silang eh introduce si Geoff ang unang pinanganak sa aming pito siya ay maging isang guro balang Araw . Si Ethan naman ang pangalawa gusto maging architect ni Ethan kaso ayaw nina Mommy at Daddy kaya director ang pinakuha sa kanya . Si Brent naman ang pang tatlo si Brent ay gusto maging Civil Engineer (Transportation) . Si Carlo ay gusto maging Mechanical Engineer .Ako naman ay gusto maging Police .Si Hance ay Chemical Engineer at si Frank ay Telecommunication Engineer.

At iwan ko parang hindi ako paborito ng lahat dahil puro Carlo at Brent tanging naririnig ko dito Sa bahay ano pa bang kulang ko para maging paborito ng lahat like Wala na ba talagang iba .

At makalipas ang anim na taon.

Grade 12 na nga Sila at nag graduation na sila.

'yon pa din ang mga kaklase niya pero may mga bagong dumating .

1st Carlo Constantino 97
2nd Heaven Reyes 96.5
3rd Frank Constantino 96.2
4th Rowie Rivera 96.1
5th Jielly Dixon 96
6th Marco Dizon 95.9
7th Brent Constantino 95.8
8th Ethan Constantino 95.7
9th Raine Demafiles 95.6
10th Geoff Constantino 95.5
11st Jessy De veyra 95.4
12nd Roi Constantino 95.3
13rd Lestia Jones 95.2
14th Charmelle Stewart 95
15th Teffany Hernandez 94.9
16th Reymund Campbell 94.8
17th Stanford Gomez 93.9
18th Aidan Constantino 93.4
19th Albert Cabrera 92.9
20th Rhys Escirdeek 91.7
21st Hance Constantino 91.5
22nd Kent Villamores 91.4
23rd Rhea Soberano 90.5

24th Chesley weidi 90.3

25th Ruiz Yo 90

At makalipas ang limang taon ganap na nga na Police si Aidan at ganoon din ang mga kapatid niya naging successful na ito pero nandito pa din Ang pangugutya .

"Talaga bang magpupulis ka baka Ikaw din yong makulong .", Sabi ng Tita nito.

At Ang unang kaso na hinawakan ni Aidan ay ang mga Murder Case .

Nagtrabaho si Aidan ng mabuti pero...

"Uyy Aidan ano na patuloy pa din ba ang pagiging sipsip ." Sabi ng Kaibigan nito .

"Huwag ninyo akong kausapin busy Ako .."

Napatingin si Aling Mona sa television habang hawak hawak niya ang tinapay na kanina pa niya kinakain .

"Magandang Umaga Sa Inyong lahat Mia Cimafranca kasulukuyang nawawala Ang nag Iisang anak ng ating presidente na si Calixta Amber De Jesus at si Tristan Felix De Jesus sinasabing Patay na Daw Ang dalawa matapos kidnapin at pinatay para ibenta Ang lamang loob ng mga Bata Mia Cimafranca nagbabalita."

" Sissy tingnan mo Ang Balita totoo bang Patay na Sina Calixta at Tristan ."Sabi ni Aling Mona .

At napadaan si Aidan ...

"Uy Aidan di ba police ka na totoo ba ang binalita na Patay at kinidnap ang dalawang anak ni President."

"Oo Aling Mona kaya palagi akong Wala dito kasi Ako Ang humawak Sa kaso ng dalawang anak nito Malaki Ang tiwala ko na maliligtas ko Sila.", Sabi ni Aidan .

"Talaga lang Aidan huh siguraduhin mong nailigtas mo talaga .",

At makalipas ang Isang buwan .

Natagumpayan ngang mahuli ni Aidan Ang kumidnap Sa dalawang anak ng Presidente .

At naging mapayapa ang kanilang pamumuhay at makahanap ng mapapangasawa ito.

Samantha

Naglakad si Samantha sa halls ng school, ramdam ko ang excitement sa loob. Biyernes noon ang huling araw ng linggo at i-enjoy ko ang lahat. Hindi na ako makapaghintay na makita ang aking mga kaibigan, magtsitsismisan at tumawa tuwing lunch break. Pagpasok ko sa classroom ramdam ko ang positive atmosphere ng mga Classmates ko. Lahat ay nakangiti at ang guro ay nakakarelaks. Mayroon akong mahabang listahan ng mga proyektong gagawin, ngunit kahit papaano alam kong magiging isang magandang araw ito. Nagsimula akong mag-isip.

Maya-maya ay tumunog na ang bell at lahat kami ay nagmamadaling lumabas ng klase sabik na simulan ang aming weekend ng masaya at pagpapahinga. Ngunit bago ako umalis ay pinaalalahanan ako ng lahat ng aking mga guro na "magsumikap at magsaya sa buhay"

Ngayong katapusan ng linggo ay darating ang araw ng aming pagsusulit at lagi akong kinakabahan sa araw ng pagsusulit, ngunit sa wakas ay kumalma ako nang makita ko ang aking mga kaibigan na naglalakad papasok sa silid-aralan na may matingkad na ngiti. At naramdaman kong masyadong seryoso ang mga klase minsan. Ito ay tungkol sa pagkuha ng mga marka at pagtugon sa mga deadline

Akari Johnson

Akari Johnson is a future nurse someday she studied at Olympus academy she experienced being bully at after she graduate at Olympus she continue her highschool life in Maritoni Academy after she finished in Highschool in Mariton academy she applied scholar ship to St.Ferdinand Academy until she graduate in St.Mary Academy in College .

Masayang gumising si Akari para mag aral at para matoto Sa paaralan ng Olympus Academy si Akari ay pitong taong gulang pa lamang meron siyang dalawang Kaibigan Sina Jane umali at Lie Quinto mahigit tatlong taon na din silang magkaibigan dahil sa Isang playground Sa baryo nila.

Gumising ng alas singko ng umaga si Akari at inihatid Siya ng kanyang magulang ng 5:30. Nagusap sina Akari at Ang kanyang Ina sinabi nito na .

"Anak galingan mo sa Pag aaral huh tanging Yan lang kasi yong naibibigay namin Sa Iyo.",

Ngumiti lamang si Akari at agad sinabi na .

"Opo Inay ." Sabi ni Akari

Patuloy pa din sa Pag andar Ang motorsiklo ng kanyang Ama at ilang Oras pa ay nakaabot na din ito sa paaralan na pinasukan nito.

Bumuntong hininga si Akari at agad naman naglakad ito papuntang classroom nila Nakita agad niya si Jane at Lei kinawayan Niya at nilapitan Niya . Tinanong ni Akari Kong Anong section nilang dalawa . Sumagot Naman si Jane na nasa Second section daw ito habang si Lei Naman nasa third section at si Akari kasi nasa First section ibig sabihin Hindi Sila magkakaklase dahil may anim na section kasi Ang Grade one at 20 students each sections.

Buwan ng Hunyo ay nagkaroon Sila ng Math Quiz bee, Spelling bee unang naglaban laban ang anim na Section ng grade 1 na Aristotle, Plato, Democritus at unang Araw Ang section Aristotle unang naghanap ng tatlong Bata para Sa Math Quiz bee at dalawa Sa Math Spelling bee .

Sina Jane, Louise, Carl ang Sa Democritus at Sina Lei ,Tanya ,Jia sa Plato at sina Akari, Rose, Vhee sa Aristotle. At sa Speeling bee Naman Sina Marko, Kei Sa Democritus ,Sina Mafel at Gray Sa Aristotle,Sina Joyce at Helliana Naman sa Plato .Nagsimula na Ang labanan at Kong sino Ang pinakataas Sa 3 round ay Sila Ang Mananalo .Sina Akari, Rose at Vhee ang nagwagi para Sa Math Quiz Bee . At sa Spelling bee Naman ay Sina Mafel at Gray . At makalipas ang Isang Linggo nagkaroon ng Miss June at Miss Grade one .Ang sumalang Sa Miss June ay Sina Jane,Lei, Akari, Louise, Tanya, Rose, Jia, Bhee ,Mafel,Kei, Joyce ,Helliana. At nagsimula na ito at makalipas ang tatlong Oras inanonsyo na nga Ang ngwagi pero may plot twist Imbes na Miss June lang ang pageant ay may Isa pa palang pageant ito Ang Miss Grade one . Nasa Top 6 Sina Akari, Louise, Tanya ,Vhee, Lei, Helliana at Ang Top 3 for Miss June ay Sina Akari, Louise, Tanya and For Miss Grade 1 ay Sina Vhee, Lei, Helliana . At makalipas ang tatlong Oras nagwagi si Akari as Miss June si Vhee ay nagwagi bilang Miss Grade one at sunod sunod na from grade 2, 3,4 hanggang grade 12 .

At natapos na nga ni Akari ang Elementary Siya ay Class Valedictorian Sa Olympus Academy . At makalipas ang tatlong buwan lumipat na siya Ng ibang school para ipagpatuloy Ang kanyang pag aaral kagaya ng naunang paaralan nagtapos din si Akari ng Class Valedictorian at sa Senior high school Naman ay ganoon din hanggang sa nagtapos ito ng koloehiyo bilang Summa Cum laude .At NATUPAD Niya Ang Pangarap niya.

Paano Kong lahat ng Kaibigan mo di Pala totoo Sa iyo paano kong ginamit ka lang nila?.

Conner

Conner Montecilla Kilala bilang isang Ssg President sa Lorenzo Academy Siya ay matalino at Talented sa sobrang talino at talented nito marami ang naiingit sa kanya Isa na Ang kaniyang matalik na kaibigan Akala ni Conner tapat at totoo ang kanyang kaibigan pero hindi pala anim silang magkaibigan Tatlo na babae at Tatlo din na lalaki .

CALIX Molture siya ang isa sa kaibigan ni Conner simula Kinder hanggang ngayon magkaibigan pa din Sila palaging ingit si Calix sa angking Talento at Talino na meron si Conner sa kanilang anim Siya lang Ang may talento kasi si Calix ay nahihiya ito .

Alvin Sawre he is one of the Friend of Conner isa din ito sa naiingit Kay Conner dahil Siguro Sa Talento at kagwapohan niya palaging kinukumpara ni Alvin kay Conner Ang sarili nito .At sa kanilang lahat si Alvin Ang napakahina dahil minsan lang ito napasali sa mga honor list .

Aya Veronica she is a Ssg Vice president na may tinatagong inggit at Galit Kay Conner dahil gusto din Niya na maging Ssg President at maging number one sa Klase pero nakuha lahat ni Conner Ang nais Niya palagi na lang itong nasa rank 2 at di ito masaya dahil di gusto ng kanyang mga magulang.

Lou at Lei silang dalawa ay kambal at Kaibigan din ni Conner na minsan Kakampi minsan kumakampi Sa Kalaban kumbaga panig Sa dalawang partido Isa din sa dahilan Kong bakit ganoon Ang dalawa dahil ayaw nilang masira at magkawatak watak Ang pagkakaibigan na nabuo nila .

Announcement of Officers

President Conner Montecilla Vs Mixie Espiritu

Vice president : Aya Veronica Vs Jonas Lopez

Secretary: Calix Molture Vs Kaizer Orosio

Assistant Secretary Alvin Sawre vs Khienn Amaro

Treasurer : Lou Condol vs Ea Rubia

Assistant Treasurer : Lei Condol Vs Gloomy Marquez

Auditor : Marcia Malinao Vs Gerlyn Chong

P I O : Grade 7 - Shane Zhang

Erich Ningas

Grade 8- Ismael Doloriel

Christian Pastoril

Grade 9 Christel Morales vs Loraine Salle

Grade 10- Jude Caballero vs Karla Ibabao

Grade 11 Sean Becerre vs Dave Dilos

Grade 12 Jessil Cadenas vs Carl Adlinan

Business manager : 7 Joel Navarro vs Jan Camus

8- Gian Priscilla Vs Bernard Luna

9 Gabriel Montajos vs Reneboy Chavez

10 - Tereza Altared Vs Erwin naunangayan

11 Jayr Catalan vs Loueje Cadeliña

12 Shirley Tejada Vs Allan Kimpan

Protocol Officer : Edgardo Alanza vs Yoshi Damo

Representative 7 Argie Ambalong vs Jernan Tahuyan

8 Nilzon Pilapil Vs Kath Ybañez

9 Alyanna Cuya vs Risse Narvaja

10 Cane Milanay vs Joshua Valdievieso

11 Ava Madeja vs Angelo Saji

12 Theo Denoso vs Kyle Arevalo

At makalipas ang tatlong Araw nilang pangumpanya at nandito na Ang Results Sa Pagbotohan .

President : Conner Montecilla

Vice president : Aya Veronica

Secretary - Calix Molture

Assistant Secretary : Alvin Sawre

Treasurer: Lou Condol

Assistant Treasurer : Lei Condol

Auditor : Gloomy Marquez

Protocol Officer : Edgardo Alanza

PIO : 7- Erich Ningas

    8- Christian Pastoril

9- Christel Morales

10 Jude Caballero

11 Loraine Salle

12 Jessil Cadenas

Business Manager : 7 Joel Navarro

8 Gian Priscilla

9 Gabriel Montajos

10 Tereza Altares

11 Loueje Cadeliña

12 Shirley Tejada

Representative

7 Argie Ambalong

8 Jernan Tahuyan

9 Alyanna Pilapil

10 Kisse Narvaja

11 Ava Madeja

12 Kyle Arevalo

At Sila na nga Ang nga bagong Ssg Officers dito na nagsimula Ang Galit ng Lima Kay Conner .

6 besties Group chat

"Guyss Congrats ." message of Conner .

Seen by Lou

Seen by Lei

Seen by Calix

Seen by Alvin

Seen by Aya

"Halerrr may tao ba dito ? ." Sabi ni Conner .

"Hmm... Congrats nasa Itaas ka na Naman Imbes na dapat kami iyon ." Sabi ni Aya .

"Bess ano? ito! ba't ganyan kayo sa akin ba't di kayo magiging masaya Sa akin ." Sabi ni Conner .

"Yon na nga masaya ka pero kami Hindi di ba Kasi iniisip mo kasiyahan mo palagi nagtaka nga Ako ba't naging Kaibigan pa kita ." Sabi ni Aya .

" Aya Naman di Naman sa ganoon ." Sabi ni Conner

Aya Veronica Left the Group

"Task! aalis nang walang paalam ." Sabi ni Conner .

" Hi Conner congrats nga pala and by the way galingan mo as a President permission to leave. " Sabi ni Calix

"C- Calix huwag pleasee „😿😭 nagmamakaawa Sabi nito."

Calix Molture Left the group

" Kambal at Alvin pati din kayo aalis?." Sabi ni Conner.

"Oo Conner at Saka isa pa di Naman kami bagay Sa Iyo eh Magaling tapos kami mas magaling Goodluck na lang sa Next journey mo paalam "

Lou Candol left the group

Lei Candol left the group

Alvin Sawre Left the group

Conner P O V

Hi Buhay nga Naman ba't kasi Sila naiingit sa akin eh Officers din Naman Sila ahh may nagawa ba akong Mali may ginawa ba akong Mali Sa kanila xi ko nga naiintindihan ba't nila Ako iniiwan. Dito Sa Mundo madami ka talagang makikila na Akala mo Kaibigan mo pero sa huli iiwan at iiwan ka din Pala .

At di na nga nagkaayos Ang anim at nakapagtapos si Conner ng Junior high school na With High honors Sa Shs ay With high Honors at sa College ay Magna Cum laude .

Wakas …..

Eli

Eli Buenaventura he is a member of a LGBTQA+ he is a Bisexual bottom maraming humanga sa kanya pero bakit Hindi humahanga Ang pamilya Niya.

Simula noong inamin ni Eli na Hindi Siya tunay na lalaki nagbago ang pakikitungo ng kanyang Ama at Ina para bang tinakwil Siya bilang anak nila . Masakit para kay Eli na tinatakwil na siya ng kanyang magulang. Simula noong Bata si Eli ay close na close Sila ng kanyang Ama at Ina pero noong tumanda na si Eli parang di na ito nabibigyan ng pansin .

Highschool nang nalaman ni Eli na Hindi Pala Siya straight na lalaki dahil nagkakagusto din ito sa kapwa Niya lalaki dahil Doon tinuloy Niya Ang pagiging baliko niya. Nagkakaroon din Siya ng Boyfriend at kalaunan nag break Sila at Girlfriend na din Ang hinanap Niya pero di Rin nagtagal nag break ulit ito. Labis na hinanap talaga ni Eli ang taong tanggap Siya at Kaya siyang ipaglaban .

Senior high school ng tinatanong Siya ng kanyang Ama Kong ano nga ba talaga Ang kasarian nito . Noong una nagsinungaling si Eli sinabi Niya na lalaki Siya at nagkaroon na din daw ito ng Girlfriend noon. Pero Hindi pa din nakumbensi Ang Ama at Ina nito dahil di Sila naniniwala na tunay na lalaki ito.

College nang tinapat na ni Eli ang tunay na kasarian Niya at Doon nagbago ang lahat nang pakikitungo ng Ama at Ina Niya.

Alberto

Alberto Reyes he is a gay with a good heart he fall in love with a one guy name Renzo Chavez is a Bisexual guy.

Nakaupo ako ngayon Sa canteen nakita ko si Renzo papalit Sa Canteen kinikilig Ako dahil syempre Nakita ko na Naman Ang crush ko. Habang pinipigilan ko Ang aking kilig ay nakaabot na nga Siya naka Uniform at naka pantalon na kulay itim sobrang Gwapo Niya dahil matangos at matangkad ito. Balita ko nga din ay matalino din ito. Matagal ko nang gusto si Renzo pero tinatago ko lang ito dahil ayaw Kong ipakita Sa iba na Ako ay bakla kasi Takot Akong mahusgahan.

At pagkatapos niyang umorder ay dumiretso na sa Upuan kaso nga Wala nang bakante pero yong bakante na lang ay 'yong Sa akin. Dahan dahang itong lumapit sa akin para na akong nasa langit nito. At bigla niya akong kinausap at nagtanong ito Kong may katabi ba daw Ako tapos Sabi ko Wala Ako lang mag Isa dito at Sabi Niya pwede maki upo sinagot ko Naman na oo sure Pwedeng pwede. At kinausap ko Siya tungkol Sa gender Niya Sabi ko Renzo are you straight? Sinagot Naman Niya ito Alberto nope I'm not straight yet I'm actually bisexual how about you I know that you are not straight.

Paano Niya nalaman na di Ako straight agad ko na siyang sinagot na yes I'm not straight actually I like you Sabi ko at hinawakan Niya Ang kamay ko sabay Sabi na I like you too that why dito Ako umupo kasi gusto Kong ipagtapat sayo Ang nararamdaman ko .Simula noon magkasama na kaming dalawa at naging kami nga.

Broken Phone

Ang kanyang puso ay nabagsak sa isang milyong piraso habang binabasa niya ang mensahe na lumabas sa kanyang telepono. Ang lalaki na kanyang minamahal para sa mga taon ay sa wakas ay nagpasya na tawagan ito quits. Sinubukan niyang pigilin ang kanyang mga luha ngunit hindi. Ang sakit sa puso ay masyadong malaki upang makisama. Hindi siya naniniwala na ito ay tulad ng tulad na, na may ilang mga pag-click ng keyboard. Siya ay namuhunan kaya marami sa sarili sa relasyon na ito, na ibinigay sa kanya ang lahat ng mayroon siya, lamang upang tapusin walang anuman. Sinubukan niyang maabot siya, sinubukan niyang maunawaan kung bakit siya nagpasya na iwanan siya, ngunit hindi siya makipag-usap. Hindi niya siya nakilala. Siya ay naiwan upang kunin ang mga piraso sa kanyang sarili. Para sa mga araw, siya stumbled sa paligid sa isang daze, sinusubukan na dumating sa mga tuntunin sa ang katunayan na siya ay nag-iisa ngayon. Ang mga alaala ng kanilang oras ay magkasama sa kanya, at tuwing nakakita siya ng isang bagay na nagpapaalala sa kanya sa kanya, nadama niya ang isang matinding sakit sa kanyang dibdib. Nagtaka siya kung gusto niyang mahalin muli. Nagtaka siya kung makakahanap siya ng isang taong mahalin ang kanyang likod. Ngunit sa ngayon, ang lahat ng maaari niyang gawin ay kunin ang mga piraso ng kanyang sirang puso at subukan na magpatuloy. Hindi magiging

madali, ngunit alam niya na ito ang tanging paraan.

Victim of Bully

This is an Flash fiction tell us about bullying one girl is bullied by her face and her body .

Mariel Contanstino she is an 11 years old she like to play volleyball because of the bully and judgement she didn't continue her favorite sports because of the hurtful thoughts of her teammates and her coach.

Mariel lives in Laguna . She had a friend name Tanya Sanchez and Marga Lopez they are friends noong Sila ay grade 6 . Mariel is a Victim of a Bully she always cry in the midnight because of the pain that she feel everyday .

One day Mariel walk in the Plaza to see the children's play a volleyball one of the boys shouted at her .He said

" Umalis ka dito ampangit pangit mo ." Saad ng batang lalaki at tinapon Niya Ang Bola Kay Mariel .

Mariel is Running in her house and crying in the street and then one guy saw her crying in the midst of the street. At napagod si Mariel kakatakbo kaya napahinto ito sa may kilid ng kalsada at tumabi Ang Isang lalaki at nagtanong Sa kanya .

"Ba't ka umiyak ?." Sabi ng Isang lalaki .

" Nothing ." Sabi ni Mariel.

" I know you are the victim of a Bully but please share it with me " Saad ng lalaki .

" Thanks huh but ito kasi iyon habang naglalakad Ako papuntang plaza para tingnan Ang mga batang naglalaro ng volleyball Isang batang lalaki ang lumapit sa akin at sinigawan Ako na ampangit ko raw Kaya iyon nasaktan Ako at umiiyak papunta dito by the way what is your name." Sabi ni Mariel .

"I'm Dr. Brixter Chen gusto sana kitang tulongan school clinic Ako ng paaralan na pinasukan mo Mariel right? at marami din akong naririnig tungkol Sa pambubulas Sa iyo I know what you feel and I feel it before Bago naging Doctor naranasan ko din mabiktima ng Bully because of my Chubby body . "

"Doc Chen kaya palaging nagmamasid sa akin ."

"Don't worry Kaibigan mo Ako."

At naging magkaibigan na nga Sila .

Friendship of a Gangster

Naniwala ka ba sa Fall in love with your enemy? kong Isa ka sa naniniwala dyan tuklasan ang Kwento nina Ashia Colondrez at Marco Jalandoni

Hi everyone Ako nga Pala si Ashia Colondrez Isa akong Cheer leader ng Isang cheering squad at may Kaibigan Ako Sina Marco, Atarah at Keah higit sampong taon na kami magkakaibigang apat pero sa kanilang tatlo si Marco talaga 'yong Enemy ko Sa lahat kumbaga friends in enemy ko Siya . Di ko alam Kong bakit palagi Niya akong inaaway . Di ko Naman Siya inaaway Ewan trip lang talaga niyang Mang away Sa akin .

Naglalakad kaming apat papunta kasi kami ng Mall at itong mukong na si Marco ay bigla niya akong tinapik at agad na tumakbo si Marco papalayo sa amin nina Atarah at Keah napasigaw Naman Ako Sa sakit ng pagtapik Niya at agad ko siyang hinabol at may Nakita akong Isang Grupo ng mga Lalaki at may tatlong babae curious akong tingnan kasi Nakita ko din Ang mukong na si Marco na kinausap Sila.

Tapos nagtago Ako Sa may Isang puno nirecord ko ang pinaguusapan nila .

"Bro, what's up kamusta ang pagpapanggap bilang kaibigan Kay Ashia?." Ronald

" It's okay Naman bro it's working at agad ko silang nauto ." Sabi ni Marco

"Talaga lang huh baka 'yan palpak Ikaw talaga 'yong malalagot kay Mark ." Sabi ni Lou .

"Sus, ano ka ba babe magaling Ako no .", At agad na humalik Sa noo si Marco .

Napatulo agad Ang luha ni Ashia dahil sa Nakita nitong paghalik ni Marco kay Lou . Umusog kunti si Ashia ng bigla itong nadapa at Nakita ni Lou at Marco .

"Who is that anong ibig sabihin nito Marco sinundan tayo ni Ashia?." Sabi ni Sofia .

" Ronald, Yuan, Sofia, Lou at Aria I'm sorry aalis na Ako Sa Slamy Gang I know it's our big deal na patayin si Ashia kapalit ng kapatid ko pero di ko iyon kayang Gawin .", Sabi ni Marco

At si Ashia Naman ay hinawakan Nina Lou at Aria .

" Please bitawan ninyo si Ashia kasi Mukha na siyang aso oh Please Ako na Lang Ang saktan ninyo .",

At habang Sina Keah at Atarah ay narinig Ang pinaguusapan nila .

"OMG the game is Begin Slay is on the game pero sino Biktima nila?."

Sinilip nito Kong sino Sina Ashia at Marco ito .

At ilang Oras kumuha ng dos pordos na kahoy si Ronald para ibato Kay Marco pero biglang tumakbo ito at agad na Humarang Sa harap ni Ronald .

"Alam kong set up ito unang una Marco Mahal kita di lang bilang kaibigan ko masaya ako kapag nandiyan ka palagi mo Kong pinagtanggol pero this time Ako Naman Ako Naman Ang magtatanggol Sa iyo Please Slay huwag ninyo sanang saktan si Marco Ako na Lang .",

" Hindi di mo ito Pwedeng Gawin Ashia I will still protect you kahit ano pa man Sila ."

At narinig ito Nina Atarah at Keah

"Slay stop it alam ko na Malaki Ang Galit ninyo Kay Ashia dahil sa kanya nabaliw at nasa hospital Ang kapatid ni Marco pero di na 'yon kasalanan that day saksi Ako saksi Ako na Nandoon si Ashia Sa gabiing iyon pero kinidnap si Ashia Nina Lou, Sofia at Aria para hindi matuloy Ang kanilang Date .", Sabi ni Atarah.

"How dare you Atarah matapos kita maging Kaibigan tinatraydor mo pa la Ako .", Sabi ni Lou

"Sorry Lou ."

At bigla itong natahimik at naging mapayapa dahil sa Isang Police dinala ng presinto Sina Ronald, Yuan, Sofia ,Aria at Lou .

Broken Flower

Valerie Jamora She is softhearted girl and she love to watch anime and k drama's one of her dream is to be come an flight attendant. Can she continue her dreams or she just like a flower that easy to Died .

Naglalakad si Valerie papuntang Paaralan Kasama niyang naglakad Ang Bestfriend niyang si Ariana papunta silang Simbahan para magsimba . Ilang oras pa ay nakaabot na Sina Ariana at Valerie. Habang nakaupo ito nakita nina Valerie at Ariana ang kanilang crush na sina Cedrick at Marvin . Nakaupo Naman ang dalawa sa kanilang Upuan tahimik na pinagmasdan nina Valerie at Ariana ang dalawa .

At ilang Oras pa ay tapos na din ang simba ay umuwi na Sila ng Bahay at pagkauwi ni Valerie narinig Niya Ang kanyang Ina at Ama na nagtatalo at habang Pinakinggan lang Niya ito at ilang Oras din iyon narinig Niya na makikipaghiwalay na Daw Ang Ina ni Valerie Sa Ama nito. Napatulo Ang mga Luha ni Valerie na para ba siyang dinurog na bulaklak at lahat ng mga Pangarap niya ay biglang nawala at di Siya nakapagtapos ng pag aaral.

Friendship of Jessa and Alicia

Si Calixter ay ang Guy of Bully sa Jessa. Matapos ang isang buwan nagkaroon ng isang babae, isang puti at mabait na tao ay Alicia sa isang araw Alicia nakita ang Calixter at ang kanyang mga kaibigan na billing Jessa agad na tumakbo alicia pagkatapos rixing Calixter.

Huwag mong saktan si Jessa alam mo kung ano ang ginawa mo mali sa kanya hindi isang balkonahe hindi kaya magkano na ikaw ay uri ng mga tao tulad ng ginawa ko o kung ano ang nasaktan ko sa iyo Jessa ay hindi nais na gawin kung ano ang gagawin sa kanya tumigil ka." "A- Alicia B- Bakit iniisip mo siya." "Makagalak ang mukha at ang iyong pagkalito." "Alam mo ba ang paggalang? Bigyan mo siya ng paggalang na ginagawa ni Jessa kaya hinihiling mo ang kapatawaran.", "Pawaadd Jessa." "Paumanhin si Jessa." "Okay lang at para sa iyo Bhee salamat sa iyo upang malutas." At narito sila ay nagkakaisa sa pagkakaibigan.

Family Cruz.

Blurb:

Ang pamilyang Cruz ay nakaranas Ng di maganda matapos naranasan nilang pumotok Ang Bulkan .

Sinundo ng Ama ni Heliza Cruz na si Ken Cruz Sa paaralan .

May Isang mapayapa at masayang pamilya Ang kumain Sa hapagkainan. Nilapag ni Aling Ashley Ang mga pinggan at Tinawag Niya Ang kanyang Asawa.

." Mahal Hali ka nga rito " Sabi ni Ashley"

"Ano iyon Mahal ko " Sabi ni Ken

" Tawagin mo nga Ang anak nating si Heliza para Tayo ay kumain na ." Sabi Ni Ashley

" Sige Mahal " Saad ni Ken

Habang si Heliza ay nagsusulat ng kanyang Takdang aralin Sa loob ng kwarto Niya at kumatok Ang kanyang Ama .

Keneth: Tok...tok ...tok... Nak kumain na Daw Tayo.

Heliza :okay po

Ashley : Dalian mo diyan anak naghihintay Ang Grasya.

Heliza : wait lang Po

At umupo na Sila Sa Upuan

Heliza: What is our Dish for today Mom and Dad

Keneth: Tingnan mo na lang diyan anak

Heliza : OMG gulay na Naman Wala bang fried chicken

Ashley : Kumain ka na lang diyan huwag maarte

Heliza: Okay fine

Keneth : Heliza, Anak kamusta nga Pala pag aaral mo?

Heliza : Okay lang po

Keneth: Anak pakiabot nga nang remote ng Tv para Tayo ay MAnood ng Balita .

Heliza: Ito na Po daddy

Keneth: Ayy makapagbukas nga ng Tv.

Hanelee: Magandang Hapon Sa inyong lahat Ako nga Pala si Hanelee Flores naghahatid ng Balita .

After a year from the previous eruption of Taal Volcano it's main Crater generated a short lived phreatomagmatic plume one kilometer high with no accompanying volcanic earthquake on July 1 2021 .

The department of Science and Technology Philippine institute of volcanology and Seismology .Consequently raised the alert level from 2 to 3 . An Alert level 3 Refers to Magma Extruding from the main crater which could drive explosive Eruption .

Taal Volcano is located about 50 kilometers south of the capital city of manila in Bantangas calabarzon . On a smaller Volcano island and is listed as permanent danger zone with permanent settlement on the island not recommend .

Ako nga muli si Hanelee nag uulat .

Kumatok Sina Vince at Clerck

Habang nag impake Ang pamilya ang Bulkan ay patuloy Sa Pag kulo .

At naiwan nga si Heliza sinabihan ni Ashley si Ken na tingnan ito.

Ashley: keneth tignan mo Yung anak natin

Gi tan aw ni keneth...natumbahan SI heliza og vase

Keneth: Mahal tumawag ka Ng tulong SI heliza

Ashley: Anong nangyari??

Keneth: SI heliza wlang Malay...tumawag ka nang tolong

Ashley: TOLONG!!!!!

Pumasok Sina Vince at Clerck para eh rescue si Heliza at dalhin Sa Evacuation Center .

At the Car

Vince: Faster to the car

Clerck: Cover your mouth and nose

Tumakbo PAPUNTANG Sa loob ng sasakyan .

Fast forward (evacuation center)

Ginamot ni Vince si Heliza

At agad pumasok si Mayor rex para ibalita Ang mga nangyari

" mayor Anong gagawin natin Ngayon??" Sabi ng Isang lalaki.

"paano na Ang Bahay Namin ?? Ang pangkabuhayan Namin??" Sabi ng Isang babae .

":huminahon katong Lahat ginagawan ko na nangparaan ..maghintay nlng Tayo nang Balita kung kailan Tayo pwedeng bumalik sa mga sariling nating bahay...sa Ngayon manatili Muna Tayo Dito sa evacuation center upang masigurong ligtas tayong Lahat...kung may kailangan pa kayo maari nyo lang tanongin ang mga empleyado ko" Sabi ni Mayor Rex .

Flashback

Keneth: Mahal ayos ka lang

Ashley : Naalala ko lang Ang tatay ko

Masaya kaming nagkwekwentuhan Sa sofa ng aming Sala at bigla naming naramdaman Ang malaking pagyanig .

Mama 2: (Hanelee) Anak kamusta na Pala pag aaral mo?.

Ashley: Ayos lang Po nay .

Papa 2: (Clerck) A Anong nangyari

Ashley : Tay nay yumayanig

Tumayo Sila ngunit Ang ama ni Ashley ay naiwan at nalaglagan ng Tv .

GIRESCUE NI rex og ni Vince si Clerck .

Ashley: Tay Tay (Nihilak)

Back to reality:

News

Citizen 2: uyyy may Balita naaa!!

Hanelee:Magandang Gabe bayan ...march 22, 2016 ito ang petsa kung saan nakatatak na sa Lahat Ng Taga Batangas ang huling pagsabog Ng taal volcano na kumitil Nang Buhay Ng 39 na katao... pumotok nanaman po kahapon ang sinsabing bulkan ..nakatotok live SI Vince Marquez

Vince: thank you hanelee..nandito po tayo Ngayon sa Batangas elementary school kung saan nanatili ang mga apektado sa bulkan ....Sumabog na namn ang Isa sa actibong bulkan didto sa pilipinas ang bulkang taal kanina lng hanelee nakapanayam ko SI mayor rex at sa Ngayon wla pa siyang maibibigay na detalye kung ilan ang pamilyang nawalan Ng Bahay at kabuhayan sa Ngayon uunahin Muna ni mayor rex ang mga pwedeng matirahan Ng mga pamilyang apektado sa pagsabog nang bulkan sa Ngayon wla namang naiulat na namatay pero may naitalang 4 na tong nawawala at kasalakuyang hinahanap Vince malaque naguulat balik Sayo hanelee

Hanelee: maraming salamat Vince..diyan lng po kayo mag babalik ang NEWS NOW

The next day

Mayor rex: magandang Umaga sa inyong Lahat nandidto Ako sa inyong harapan upang Sabihin na

Hindi papo talaga pwedeng bumalik sa ating mga Sariling mga Bahay delekado papo talaga sa Ngayon nanawagan po Ako upang tulungan po kaming linisin ang ating bayan mag uumpisa Tayo sa paglilinis at unting unti nating ibabangon ang ating bayan.

Beauty Survival Part One

Blurb;

May isang lugar kong nawalan ng Pera ,pagkain at hanap Buhay dahil sa isang pangyayaring magbabago sa takbo ng Buhay ng mga tao sa Isla de Survival.

Isang siyudad na masiyahin at maraming mga hanap Buhay at pagkain pero dahil sa isang presidente na dumating at namuno Sa kanilang bayan ay nawasak Ang lahat Ang dating masaya naghirap na ngayon dahil Isa Pala itong leader ng Assasin Kong saan ay lahat ng naranasan niya Sa Isang laro pinaranas Niya Sa bayan ng Isla de Survival kung saan lahat ng babae na may Edad na 13-60 ay ikukulong at ipapadala Sa Isang lugar kong saan gaganapin Ang Isang laro .Laro na marami Ang mamatay ito Ang Beauty Survival sa larong ito may 65 participants na maglalaro ngunit Sa boto ng taong bayan nakasalalay ang itong buhay good luck..

Welcome to beauty Survival lahat ang nandito ay magaganda kong saan lahat ng magaganda sa bawat Baranggay ay papasok sa Isang portal

kong saan 260 participants kaso 65 per batch Ang papasok." Sabi ni President Amaro

Sa boto nakasalalay Ang iyong buhay .

Participants

1.Chelsey

2. Carissa

3. crystal

4 Celeste

5 Chareyz

6 Cathryx

7 Castrid

8 Aika

9 Veronica

10 Ara

11 Nica

12 Rochelle

13 Thyra

14 Alexa

15 Damabiath

16 Akriel

17 Empryrean

18 Forcas

19 Tearney

20 Adriel

21 Ecanus

22 Barakiel

23 Zehanpuryu

24 Lucy

25 Marigold

26 Penelope

27 Oswin

28 Amber

29 Carly

30 Ashley

31 Shiloh

32 Tatum

33 Kadence

34 Blakely

35 Gentry

36 Brixton

37 Emersyn

38 Knightly

39 Sutton

40 Emery

41 Indira

42 Maisie

43 Aspyn

44 Indie

45 Quinley

46 Melrose

47 Harper.

48 Wyatt.

49 Harlow.

50 Molly

51 Kollyn.

52 Reagan

53 Maisyn.

54 Suki.

55 Madison

56 Ethel.

57 Bunny.

58 Maven

59 Ginny

60 Aimee

61 Zeta

62 Cheyenne

63 Libra

64 Hollis

65 Brinley

The mechanics of the game

The 3 days is a game day Kong saan lalaruin ninyo Ang Isang points na naghahalagang 5,000 points

The 2 days is the judgements day Kong saan haharap Ang 65 girls Sa 10 judgers to judge.

Ang matalo Sa 65 girls ay papatayin gamit Ang Robot gun shot. At kong hindi ay Ang Mismong Rank 1 sa laro.

Day 1 Announcement and Elimination day

Last day is the Good bye and Death day Kong saan papatayin Ang matatalo.

Welcome to Beauty survival lahat pwede 13-60 years old .

Game 1

The Announcement day

" Una kong tatawagin step forward Chelsey, Carissa, Crystal, Celeste , Chareyz Ang bilang ng Ligtas Sa Inyo ay kayong Lima Rank 44 got 3,800 votes goes to Chareyz congrats and Goodluck ."

"Next you are part of 62 Celeste you got 3,985 votes rank 37 ."

" Next you are part of 62 and safe Crystal you got 4,160 votes rank 30."

" Ikaw Chelsey you got 4,185 votes rank 28."

"Carissa you got 4,580 votes rank 17.",

"Zehanpuryu, Blakely, Kollyn dalawa ay ligtas at Isa ay kaunahang mamatay ."

"You are safe Blakely ."

"Zehanpuryu and Kollyn you are died to night Kollyn."

" Salamat Sa lahat ng nakasama ko alam kong pareho tayong lahat nangarap na manalo pero di Ako pinalad sana ipagpatuloy ninyo ang laro kahit Wala na Ako ."

Pinatay na si Kollyn at magsimula na nga ang Game 2.

64 na lamang Sila at dalawa Ang mamatay .

Announcement

"Kakausapin ko muna sina Cheyenne, Maisie, Empryrean, Tatum you are safe ... Cheyenne and ... Tatum "

" Empryrean at Maisie Isa sa Inyo ay babalik Sa Elimination day you are safe ... Empryrean I'm sorry Maisie babalik ka Sa Elimination day ."

" Suki, Shiloh, Ara, Bunny ."

" Suki and Shiloh are safe Ara and Bunny Isa sa Inyo ay makakasama ni Maisie Sa Elimination Day at Ikaw ito Bunny ."

" Harper, Knightly, Ethel, Indira are safe ."

" Thyra, Maven, Brixton, Alexa you are safe Alexa and Maven ... I'm sorry makakasama ka kina Bunny at Maisie Sa Elimination day Thyra ."

" Ecanus step backward you are the last part of Elimination all the rest are safe .

At nagpaalam na nga Sina Thyra at Maisie at pinatay Sila ng Machine Gun .

Game 3

From 62 to Rank 60 dalawa Ang mamatay .

Game 1 Eliminated (Kollyn)

Game 2 Eliminated (Maisie, Thyra)

Game 3 Eliminated (Marigold, Harlow, Aimee,Melrose ,Akriel, Knightly, Castrid ,Ara, Libra ,Indira .

Game 4 Eliminated(Damabieth, Tatum, Brixton, Emery, Forcas, Celeste, Indie, Ecanus, Kadence, Molly)

Game 5 eliminated (Crystal , Bunny, Alexa, Madison, Reagan, Rochelle, Lucy, Aika, Nica, Ginny)

Game 6 Eliminated (Ethel, Maven, Adriel, Veronica, Ashley, Chelsey, Maisyn, Wyatt, Oswin, Amber)

Game 7 Eliminated(Shiloh, Cathryx,Quinley, Aspyn, Chareyz,Empryrean,Carly, Sutton, Zehanpuryu, Hollis)

Game 8 (The Top 12)

Dalawa na lang Ang mamatay .

Emersyn

Suki

Zeta

Carissa

Tearney

Harper

Barakiel

Penelope

Cheyenne

Brinley

Blakely

Gintry

"Rank 10 you got 116, 780 votes Brinley ."

"Rank 9 you got 122, 860 votes Cheyenne. "

"Rank 8 you got 124, 610 votes Penelope ."

"Rank 7 you got 125, 625 Barakiel."

"Rank 6. You got 127, 185 Harper ."

" Rank 5 you got 131,820 votes Tearney. "

" Rank 4 you got 132, 730 votes Carissa "

"Rank 3 you got 136, 650 votes Zeta ."

"Suki and Blakely Ang Isa sa Inyo ay Rank 2 at Ang Isa Rank 11 at mamatay Ang Rank 11 you got 112,220 votes Blakely congrats Suki you are the top 2 you got 149, 315 votes ."

" Emersyn and Gintry Ang Isa ay Rank 12 at Ang Isa Ay Rank 1 you got 98, 740 votes Gintry congrats Emersyn Rank 1 ka you got 159,800."

At Ang nanalo Sa Batch 1 ay babalik Sa Huling round kapag tapos na Ang Batch 2,3,4 .

Two Different You

Blurb:

Maingay ang kalsada dahil maraming mga taong dumadalaw sa lugar nang Davao . Karamihan mga foreigner at mga kapwa natin Pilipino na taga Luzon.

Si Ruthiana ay Isang tour guide mahigit tatlong taon na niyang trabaho ang pagiging tour guide . At may dalawang pasaway na touristang sina Alberto at Roberto nagbakasyon din ang magkapatid na Sina Caleste at Celeste..

Magandang Umaga Ma'am and Sir welcome to La Davao resort ." Masayang tugon ni Ruthiana .

Pero di pinansin nina Roberto at Alberto si Ruthiana .

"Sungit naman nila ." Sabi ni Ruthia .

"Sis okay ka lang ." Sabi ni Bethia.

"Okay na sana sis kaso 'yong panirang kambal na 'yon ." Sabi ni Ruthia.

"Easy sis sino? ba 'yang kambal na sinasabi mo." Sabi nito.

Itinuro ni Ruthia sina Alberto at Roberto .

"Sus hayaan mo na 'yan baka magsisi na 'yan sa ginawa nila sayo."Sabi ni Bethia.

At makalipas ang Isang linggo .

"Excuse me saan ba dito mag rerent ng dorm?.' tanong ni Alberto kay Ruthia .

Di sumagot si Ruthia .

"Miss nagmamadali Ako bingi ka ba ba't ayaw mo 'kong sagutin huh ." Sabi ni Alberto .

"Task?..." Sabi nito .

"Miss I'm your Customer here so dapat inaasikaso mo 'ko kong ayaw mong matanggalan ng trabaho sagutin mo ang tanong ko." Sabi ni Alberto.

"Ayy sorry po dito po." Sabi ni Bethia .

"Double ganger?." Sabi ni Alberto .

"Di po sir magkambal po kami kagaya ninyo po ."

"Oh common ba't parang magkaiba kayo ng ugali ng isa mong kambal." Sabi ni Alberto .

"Kasi po sir kanina pa kasi kumukulo ang dugo ng kapatid ko so sorry kong pati kayo nadamay ."

"It's okay by the way ito number ko kapag okay na 'yang kapatid mo."

"Alam mo sissy ang init init talaga ng Ulo mo " Sabi ni Bethia

"Alam mo andali mo ding mauto no ano ka ba huwag ka masyadong nagpapadala sa kanila ." Sabi ni Ruthia

"Alam mo di palaging nauuna 'yong pride mo sis pwede din maging plastic ka or makisama sa nga customer ." Sabi ni Bethia.

"So? di ko kasi gusto 'yong di ako sinasagot okay ." Sabi ni Ruthia .

"Okay huwag lang maging attitude palagi ."Sabi ni Bethia .

"Okay Po " Sabi ni Ruthia .

At makalipas ang Isang taon .

" Hi Ruthia sorry sa ginawa namin noong nakaarang taon gusto ko lang na humingi ng tawad sayo tapos gusto ko din na magkabati tayo you know what magkaiba talaga kayo ng kapatid mong si Bethia pero I like your attitude kong paano mo pinapakita sa akin like grabe nahulog pa din ako sayo ." Sabi ni Alberto .

" Okay lang napatawad ko na kayo dahil sa kapatid kong si Bethia huwag kayo sa akin magpasalamat sa kanya."

" Okay ambait talaga ng kapatid mo no ." Sabi ni Alberto .

" Oo haha ." Sabi ni Ruthia .

" Pero maiba ako may nanligaw na ba sayo or umamin na gusto ka?." Sabi ni Alberto.

"Wala naman bakit?." Sabi ni Ruthia .

" Wala lang bawal bang magtanong ." Sabi ni Alberto .

"Ikaw huh ikaw may girlfriend ka na ba?."

"Wala pa." Sabi nito.

"By the way may sasabihin sana ako sana di ka magagalit Sa akin ." Sabi ni Ruthia .

"Ano 'yon?." Sabi ni Alberto .

" I like you ." Sabi ni Ruthia.

"I like you too Ruthia, Can you be my girlfriend ." Sabi ni Alberto .

" Hi Bethia kamusta ka na ."

"Okay lang ako Ikaw?."

"Okay lang din ."

"May boyfriend ka na ba?."

"Wala pa bakit?."

"Wala lang ."

At makalipas ang tatlong taon naging mag Asawa Sina Bethia and Roberto habang ganoon din Sina Ruthia and Alberto .

. Wakas

About the Author

Larkenechii

Keneth jay M.Completo is a 17 years old a stem Engineering students .Soon to be Engineer and a Fan boy writer .

www.ingramcontent.com/pod-product-compliance
Lightning Source LLC
LaVergne TN
LVHW041552070526
838199LV00046B/1918